日記主人

人們總說，時間改變一切，
但其實一切改變得由你開始。

—美國藝術家安迪．沃荷

Andy Warhol

smile 137

【Q & A a Day】
每日一問：經典5年日記
作者：波特風格出版社（Potter Style）
封面設計：丹妮耶・德申（Danielle Deschenes）
譯者：許恬寧
責任編輯：潘乃慧 校對：呂佳真
法律顧問：董安丹律師、顧慕堯律師
出版者：大塊文化出版股份有限公司
台北市105022南京東路四段25號11樓
www.locuspublishing.com
讀者服務專線：0800-006689
TEL：(02)87123898 FAX：(02)87123897
郵撥帳號：18955675 戶名：大塊文化出版股份有限公司

Q&A a DAY: 5-Year Journal
This translation published by arrangement with Potter Style,
an imprint of the Crown Publishing Group,
a division of Penguin Random House LLC.,
through Bardon-Chinese Media Agency

總經銷：大和書報圖書股份有限公司
地址：新北市新莊區五工五路2號
TEL：(02) 89902588 FAX：(02) 22901658
初版一刷：2017年1月
初版十四刷：2024年7月
定價：新台幣450元
Printed in Taiwan

JANUARY

1

你的人生目標是什麼？

20____ •

20____ •

20____ •

20____ •

20____ •

2

JANUARY

人有可能改變嗎？

20____ • ______________________________

20____ • ______________________________

20____ • ______________________________

20____ • ______________________________

20____ • ______________________________

JANUARY

3

你正在讀哪本書？

20____ • ____________________

20____ • ____________________

20____ • ____________________

20____ • ____________________

20____ • ____________________

4

JANUARY

今天發生什麼好事？

20____ • ____________________

20____ • ____________________

20____ • ____________________

20____ • ____________________

20____ • ____________________

JANUARY

5

最近去了哪間餐廳？

20____ • ______________________________

____

____

____

20____ • ______________________________

____

____

____

20____ • ______________________________

____

____

____

20____ • ______________________________

____

____

____

20____ • ______________________________

____

____

____

6

JANUARY

今天什麼事很不如意？

20____ • ____________________

20____ • ____________________

20____ • ____________________

20____ • ____________________

20____ • ____________________

JANUARY 7

你的運氣不錯，爲什麼？
運氣不好，又是爲什麼？

20____ •

20____ •

20____ •

20____ •

20____ •

8

JANUARY

哪首歌令你難以忘懷？

20___ •

20___ •

20___ •

20___ •

20___ •

JANUARY 9

今天是平淡無奇的一天嗎？怎麼說？
很精彩嗎？發生什麼事？

20____ •

20____ •

20____ •

20____ •

20____ •

10

JANUARY

寫下今天給你帶來啓發的事。

20____ • ____________________

20____ • ____________________

20____ • ____________________

20____ • ____________________

20____ • ____________________

JANUARY

11

今天你失去了 ________ 。

20____ • ____________________

20____ • ____________________

20____ • ____________________

20____ • ____________________

20____ • ____________________

12

JANUARY

你最喜歡的飾品是什麼？

20___ • ____________________

20___ • ____________________

20___ • ____________________

20___ • ____________________

20___ • ____________________

JANUARY

13

下次想去哪裡旅行？

20____ • ____________________

20____ • ____________________

20____ • ____________________

20____ • ____________________

20____ • ____________________

14

JANUARY

你是領袖，還是追隨者？

20___ •

20___ •

20___ •

20___ •

20___ •

JANUARY 15

從一分到十分，今天的午餐幾分？

20____ • ____________________

20____ • ____________________

20____ • ____________________

20____ • ____________________

20____ • ____________________

16 JANUARY

你欠別人錢？還是別人欠你錢？

20____ •

20____ •

20____ •

20____ •

20____ •

JANUARY

17

今天身上穿戴的哪樣東西最有歷史？

20____ ‧

20____ ‧

20____ ‧

20____ ‧

20____ ‧

18

JANUARY

今天哪件事還滿順利的？

20____ • ________________________________

____

____

____

20____ • ________________________________

____

____

____

20____ • ________________________________

____

____

____

20____ • ________________________________

____

____

____

20____ • ________________________________

____

____

____

JANUARY

19

寫下今天吃到的三樣食物。

20____ • ____________________

20____ • ____________________

20____ • ____________________

20____ • ____________________

20____ • ____________________

20

JANUARY

你心裡不大高興嗎？
爲了什麼？

20____ • ____________________

20____ • ____________________

20____ • ____________________

20____ • ____________________

20____ • ____________________

JANUARY

21

你在期待什麼好事？

20___ • ___________

20___ • ___________

20___ • ___________

20___ • ___________

20___ • ___________

22

JANUARY

你追求安穩，
還是冒險刺激？

20___．

20___．

20___．

20___．

20___．

JANUARY

23

需要休息一下嗎？
想暫停哪件事？

20____ •

20____ •

20____ •

20____ •

20____ •

24

JANUARY

如果要成立個人事業，
開什麼公司好呢？

20____ •

20____ •

20____ •

20____ •

20____ •

JANUARY

25

你有什麼獨特之處嗎？

20____ • ______

20____ • ______

20____ • ______

20____ • ______

20____ • ______

26 JANUARY

今天需要更多的＿＿＿＿＿＿＿＿。

20＿＿ • ＿＿＿＿＿＿＿＿＿＿＿＿＿＿＿＿＿＿＿＿

20＿＿ • ＿＿＿＿＿＿＿＿＿＿＿＿＿＿＿＿＿＿＿＿

20＿＿ • ＿＿＿＿＿＿＿＿＿＿＿＿＿＿＿＿＿＿＿＿

20＿＿ • ＿＿＿＿＿＿＿＿＿＿＿＿＿＿＿＿＿＿＿＿

20＿＿ • ＿＿＿＿＿＿＿＿＿＿＿＿＿＿＿＿＿＿＿＿

JANUARY

27

今天一天下來，最像哪個畫派？
（超現實主義？現代主義？達達主義？）

20___ ．

20___ ．

20___ ．

20___ ．

20___ ．

28

JANUARY

家是什麼樣的地方？

20____ •

20____ •

20____ •

20____ •

20____ •

JANUARY

29

最近看過什麼電視節目？

20____ • ____________________

20____ • ____________________

20____ • ____________________

20____ • ____________________

20____ • ____________________

30

JANUARY

你想忘掉什麼？

20____ •

20____ •

20____ •

20____ •

20____ •

JANUARY

31

你想當什麼樣的人？

20____ •

20____ •

20____ •

20____ •

20____ •

1

FEBRUARY

明天下定決心要做什麼？

20____ • ____________________

20____ • ____________________

20____ • ____________________

20____ • ____________________

20____ • ____________________

FEBRUARY

2

你和誰同住？

20____ • ____________________

20____ • ____________________

20____ • ____________________

20____ • ____________________

20____ • ____________________

3

FEBRUARY

從一分到十分，
你心中有多難過？原因是？

20____ • ____________

20____ • ____________

20____ • ____________

20____ • ____________

20____ • ____________

FEBRUARY

4

外頭的天氣 ________。

20____ • ____________________

20____ • ____________________

20____ • ____________________

20____ • ____________________

20____ • ____________________

5

FEBRUARY

最近瘋狂聽什麼？

20____ • ____________________

20____ • ____________________

20____ • ____________________

20____ • ____________________

20____ • ____________________

FEBRUARY

6

你尋求知足的人生，
還是刺激的人生？

20____ • ____________________

20____ • ____________________

20____ • ____________________

20____ • ____________________

20____ • ____________________

7

FEBRUARY

哪三樣東西，你非買不可？

20____ • ____________________

20____ • ____________________

20____ • ____________________

20____ • ____________________

20____ • ____________________

FEBRUARY

8

你在談戀愛嗎？

20____ • ____________________

20____ • ____________________

20____ • ____________________

20____ • ____________________

20____ • ____________________

9

FEBRUARY

你都多晚睡？

20____ • ____

20____ • ____

20____ • ____

20____ • ____

20____ • ____

FEBRUARY

10

如果今天是一隻動物，會是什麼？

20____ •

20____ •

20____ •

20____ •

20____ •

11

FEBRUARY

今天搭乘什麼交通工具上班？

20____ • ____

20____ • ____

20____ • ____

20____ • ____

20____ • ____

FEBRUARY

12

目前最大的困擾是什麼？

20____ •

20____ •

20____ •

20____ •

20____ •

13

FEBRUARY

你最喜歡問別人什麼事？

20____ • ____________________

20____ • ____________________

20____ • ____________________

20____ • ____________________

20____ • ____________________

FEBRUARY 14

今天有沒有親了誰？

20____ • ____________________

20____ • ____________________

20____ • ____________________

20____ • ____________________

20____ • ____________________

15

FEBRUARY

寫下治療心碎的方法。

20___ • ___________

20___ • ___________

20___ • ___________

20___ • ___________

20___ • ___________

FEBRUARY

16

最近看了什麼表演？
聽了哪場音樂會？

20____ • ____________________

20____ • ____________________

20____ • ____________________

20____ • ____________________

20____ • ____________________

17

FEBRUARY

今天若有某件事能重來，
最好是哪件事？

20____ •

20____ •

20____ •

20____ •

20____ •

FEBRUARY 18

今天身上最貴的衣服是哪一件？

20___ • ____________________

20___ • ____________________

20___ • ____________________

20___ • ____________________

20___ • ____________________

19

FEBRUARY

你身旁最瘋狂的人是誰？

20____ •

20____ •

20____ •

20____ •

20____ •

FEBRUARY 20

今天老是重複哪個字眼？

20____ •

20____ •

20____ •

20____ •

20____ •

21

FEBRUARY

最近的流行語是什麼？

20____ • ____________________

20____ • ____________________

20____ • ____________________

20____ • ____________________

20____ • ____________________

FEBRUARY

22

今天大半處於什麼心情？

20____ • ________________

20____ • ________________

20____ • ________________

20____ • ________________

20____ • ________________

23

FEBRUARY

近期的信用卡帳單上，
買過最令人不好意思的東西是？

20___ • ___

20___ • ___

20___ • ___

20___ • ___

20___ • ___

FEBRUARY

24

今天 ____________ 太多。

20____ • ____

____

____

____

20____ • ____

____

____

____

20____ • ____

____

____

____

20____ • ____

____

____

____

20____ • ____

____

____

____

25

FEBRUARY

你最近記得的夢是？

20____ • ________________________________

20____ • ________________________________

20____ • ________________________________

20____ • ________________________________

20____ • ________________________________

FEBRUARY 26

寫下一樣你捨不得丟的東西。

20____ • ____________________

20____ • ____________________

20____ • ____________________

20____ • ____________________

20____ • ____________________

27

FEBRUARY

你追求自我？還是努力融入？
怎麼說？

20____ • ____________________

20____ • ____________________

20____ • ____________________

20____ • ____________________

20____ • ____________________

FEBRUARY 28

上次生病是什麼時候？

20＿＿ •

20＿＿ •

20＿＿ •

20＿＿ •

20＿＿ •

29

FEBRUARY

今年是閏年嗎？
多出的一天，你做了什麼？

20____ • ________________________________

20____ • ________________________________

20____ • ________________________________

20____ • ________________________________

20____ • ________________________________

MARCH

1

今天哪件事還能做得更好？

20____ • ____________________

20____ • ____________________

20____ • ____________________

20____ • ____________________

20____ • ____________________

2

MARCH

鹹的好，還是甜的好？

20___ ・

20___ ・

20___ ・

20___ ・

20___ ・

MARCH

3

昨晚獨眠嗎？

20___ ·

20___ ·

20___ ·

20___ ·

20___ ·

4 MARCH

你想問母親什麼事？

20____ • ____________________

20____ • ____________________

20____ • ____________________

20____ • ____________________

20____ • ____________________

MARCH 5

你目前最喜歡的字是？

20____ • ____________

20____ • ____________

20____ • ____________

20____ • ____________

20____ • ____________

6

MARCH

誰是你最大的敵人？

20____ •

20____ •

20____ •

20____ •

20____ •

MARCH

7

眞不該嘗試 ＿＿＿＿＿＿ 。

20＿＿ •

20＿＿ •

20＿＿ •

20＿＿ •

20＿＿ •

8 MARCH

最近聽了哪首歌？

20＿＿ •

20＿＿ •

20＿＿ •

20＿＿ •

20＿＿ •

MARCH

9

今天最不想理會哪個人？

20____ •

20____ •

20____ •

20____ •

20____ •

10

MARCH

最近租了哪部片子？

20____ • ____________________

20____ • ____________________

20____ • ____________________

20____ • ____________________

20____ • ____________________

MARCH 11

今天什麼事求之卻不可得？

20___ •

20___ •

20___ •

20___ •

20___ •

12

MARCH

你住在哪裡？

20____ • ____________________

20____ • ____________________

20____ • ____________________

20____ • ____________________

20____ • ____________________

MARCH

13

如果一天多出一小時，做什麼好？

20____ • ______________________________

20____ • ______________________________

20____ • ______________________________

20____ • ______________________________

20____ • ______________________________

14

MARCH

什麼是真的？

20____ • ____

20____ • ____

20____ • ____

20____ • ____

20____ • ____

MARCH

15

你不想談哪件事？

20___ • ___

20___ • ___

20___ • ___

20___ • ___

20___ • ___

16

MARCH

你想買什麼？

20____ • ____________________

20____ • ____________________

20____ • ____________________

20____ • ____________________

20____ • ____________________

MARCH

17

最近嘗試了什麼新活動？

20____ • ____________________

____

____

____

20____ • ____________________

____

____

____

20____ • ____________________

____

____

____

20____ • ____________________

____

____

____

20____ • ____________________

____

____

____

18

MARCH

用三個詞彙形容自己的性靈生活。

20____ •

20____ •

20____ •

20____ •

20____ •

MARCH

19

寫下你的工作準則。

20____ • ______

20____ • ______

20____ • ______

20____ • ______

20____ • ______

20

MARCH

最近讀了哪本書？

20____ • ______________________________

20____ • ______________________________

20____ • ______________________________

20____ • ______________________________

20____ • ______________________________

MARCH

21

今天吃的第一樣東西是

＿＿＿＿＿＿＿。

20＿＿・＿＿＿＿＿＿＿＿＿＿＿＿＿＿＿＿＿＿＿＿

20＿＿・＿＿＿＿＿＿＿＿＿＿＿＿＿＿＿＿＿＿＿＿

20＿＿・＿＿＿＿＿＿＿＿＿＿＿＿＿＿＿＿＿＿＿＿

20＿＿・＿＿＿＿＿＿＿＿＿＿＿＿＿＿＿＿＿＿＿＿

20＿＿・＿＿＿＿＿＿＿＿＿＿＿＿＿＿＿＿＿＿＿＿

22

MARCH

記錄一則今天的新聞。

20____ • ____________________

20____ • ____________________

20____ • ____________________

20____ • ____________________

20____ • ____________________

MARCH 23

你喜歡鄉村音樂？還是搖滾樂？
（或是嘻哈、情緒搖滾、民歌、龐克……？）

20____ • ____________________

20____ • ____________________

20____ • ____________________

20____ • ____________________

20____ • ____________________

24

MARCH

今天做了什麼白日夢？

20____ • ______

20____ • ______

20____ • ______

20____ • ______

20____ • ______

MARCH

25

________讓你露出笑容。

20____ • ____

____

____

____

20____ • ____

____

____

____

20____ • ____

____

____

____

20____ • ____

____

____

____

20____ • ____

____

____

____

26

MARCH

你效法的對象是誰？

20___ • ______________________________

____

____

____

20___ • ______________________________

____

____

____

20___ • ______________________________

____

____

____

20___ • ______________________________

____

____

____

20___ • ______________________________

____

____

____

MARCH

27

上一次覺得興高采烈是什麼時候？

20____ • ____________________

20____ • ____________________

20____ • ____________________

20____ • ____________________

20____ • ____________________

28

MARCH

今天有哪件事值得留存在記憶裡？

20____ • ______________________________

20____ • ______________________________

20____ • ______________________________

20____ • ______________________________

20____ • ______________________________

MARCH

29

寫下最能抒發今日心情的
歌詞或一首詩。

20____ •

20____ •

20____ •

20____ •

20____ •

30

MARCH

選出今天的代表色。

20____ •

20____ •

20____ •

20____ •

20____ •

MARCH

31

生活中少不了哪樣發明？

20____ • ____________________

20____ • ____________________

20____ • ____________________

20____ • ____________________

20____ • ____________________

1

APRIL

今天準備要捉弄誰？

20___ • ______________________________

20___ • ______________________________

20___ • ______________________________

20___ • ______________________________

20___ • ______________________________

APRIL 2

你最親的人是誰？

20____ • ____________________

20____ • ____________________

20____ • ____________________

20____ • ____________________

20____ • ____________________

3

APRIL

今天過得有趣嗎？爲什麼？

20____ • ____________________

20____ • ____________________

20____ • ____________________

20____ • ____________________

20____ • ____________________

APRIL

如果今天能讓一件事成真，
你想許什麼願？

20____ • ____________________

20____ • ____________________

20____ • ____________________

20____ • ____________________

20____ • ____________________

5

APRIL

________能給你帶來啓發。

20___ • ____________________

20___ • ____________________

20___ • ____________________

20___ • ____________________

20___ • ____________________

APRIL 6

上次外帶吃了什麼？

20____ • ____________________

20____ • ____________________

20____ • ____________________

20____ • ____________________

20____ • ____________________

7

APRIL

今天穿了什麼顏色的衣服？

20____ • ____________________

20____ • ____________________

20____ • ____________________

20____ • ____________________

20____ • ____________________

APRIL

8

你私底下的興趣是什麼？

20____ • ______________________________

20____ • ______________________________

20____ • ______________________________

20____ • ______________________________

20____ • ______________________________

9

APRIL

你在哪裡感覺最自在？

20____ •

20____ •

20____ •

20____ •

20____ •

APRIL

10

今天偷懶沒做哪件事？

20____ • ______________________________

20____ • ______________________________

20____ • ______________________________

20____ • ______________________________

20____ • ______________________________

11

APRIL

今天的你最像什麼聲音？

20____ • ______________________________

20____ • ______________________________

20____ • ______________________________

20____ • ______________________________

20____ • ______________________________

APRIL 12

寫一則你最近得知的新訊息。

20____ • ____________________

20____ • ____________________

20____ • ____________________

20____ • ____________________

20____ • ____________________

13

APRIL

星期天早晨，你最喜歡做什麼事？

20___ • ______________________________

20___ • ______________________________

20___ • ______________________________

20___ • ______________________________

20___ • ______________________________

APRIL

14

如果不費吹灰之力就能獲得某種能力，
你想要哪一種？

20____ •

20____ •

20____ •

20____ •

20____ •

15

APRIL

你想採訪哪位名人？

20____ • ____________________

20____ • ____________________

20____ • ____________________

20____ • ____________________

20____ • ____________________

APRIL

16

你對哪個政治議題感興趣？

20___ • ___

20___ • ___

20___ • ___

20___ • ___

20___ • ___

17

APRIL

你自認最大的缺點是什麼？

20___ • ______

20___ • ______

20___ • ______

20___ • ______

20___ • ______

APRIL

18

寫下今天解決的問題。

20____ • ____________________

20____ • ____________________

20____ • ____________________

20____ • ____________________

20____ • ____________________

19

APRIL

你想和哪位已逝名人共進晚餐？

20____ • ____________________

20____ • ____________________

20____ • ____________________

20____ • ____________________

20____ • ____________________

APRIL

20

今天咒罵了幾遍？

20____ • ____________

20____ • ____________

20____ • ____________

20____ • ____________

20____ • ____________

21

APRIL

每當被問到「您從事哪一行？」，
你希望怎麼回答？

20___ • ____________________

20___ • ____________________

20___ • ____________________

20___ • ____________________

20___ • ____________________

APRIL

22

眞希望當初能阻止哪件事發生？

20____ • ______

20____ • ______

20____ • ______

20____ • ______

20____ • ______

23

APRIL

父母會怎麼形容你？
（可以打電話問他們。）

20____ • ____________________

20____ • ____________________

20____ • ____________________

20____ • ____________________

20____ • ____________________

APRIL

24

人生公平嗎？還是有時候公平？
今天不公平嗎？

20___ •

20___ •

20___ •

20___ •

20___ •

25

APRIL

你必須打電話給誰嗎？

20____ • ____________________

20____ • ____________________

20____ • ____________________

20____ • ____________________

20____ • ____________________

APRIL

26

你身上有多少零錢？

20____ • ______

20____ • ______

20____ • ______

20____ • ______

20____ • ______

27

APRIL

你是哪種「類型」的人？

20____ • ______________________

20____ • ______________________

20____ • ______________________

20____ • ______________________

20____ • ______________________

APRIL

28

如果可以變身一天，
你想和誰交換身分？

20___ •

20___ •

20___ •

20___ •

20___ •

29

APRIL

你能讓誰更快樂？該怎麼做？

20___ •

20___ •

20___ •

20___ •

20___ •

你的社交生活可以用哪三個字形容？

20____ • ____________________

20____ • ____________________

20____ • ____________________

20____ • ____________________

20____ • ____________________

1

MAY

生活一團亂？井然有序？

20____ •

20____ •

20____ •

20____ •

20____ •

MAY 2

最近是否猶豫不決？

20____ • ____

20____ • ____

20____ • ____

20____ • ____

20____ • ____

3

MAY

如果你今天獲得一日超能力，想做什麼？

20____ •

20____ •

20____ •

20____ •

20____ •

MAY

4

上次去游泳是何時？

20____ •

20____ •

20____ •

20____ •

20____ •

5

MAY

今天太有趣了，因爲 ____________ 。

20____ • ____________

20____ • ____________

20____ • ____________

20____ • ____________

20____ • ____________

MAY

6

最近參加了什麼派對？

20____ • ____________________________________

20____ • ____________________________________

20____ • ____________________________________

20____ • ____________________________________

20____ • ____________________________________

7

MAY

如果把你的一生拍成電影，
誰會飾演你？會是一部好電影嗎？

20____ •

20____ •

20____ •

20____ •

20____ •

MAY

8

你覺得誰滿帥／美的？

20___ ・

20___ ・

20___ ・

20___ ・

20___ ・

9 MAY

你一直拖著不想做什麼事？

20___ •

20___ •

20___ •

20___ •

20___ •

MAY

10

你如何展開這一天？

20____ • ____________________

20____ • ____________________

20____ • ____________________

20____ • ____________________

20____ • ____________________

11

MAY

你希望別人記憶中的自己是什麼樣子？

20____ •

20____ •

20____ •

20____ •

20____ •

MAY

12

最近在探索什麼？

20____ • ____________________

20____ • ____________________

20____ • ____________________

20____ • ____________________

20____ • ____________________

13

MAY

今天有誰愛你？

20____ ‧ ____________

20____ ‧ ____________

20____ ‧ ____________

20____ ‧ ____________

20____ ‧ ____________

MAY

14

什麼樣的敵人值得敬重？

20____ • ____________________

20____ • ____________________

20____ • ____________________

20____ • ____________________

20____ • ____________________

15

MAY

你自認最大的成就是什麼？

20____ •

20____ •

20____ •

20____ •

20____ •

MAY 16

本週哪一天過得最好？

20____ • ______________________________

20____ • ______________________________

20____ • ______________________________

20____ • ______________________________

20____ • ______________________________

17

MAY

今天擺脫了 ＿＿＿＿＿。

20＿＿ • ＿＿＿＿＿＿＿＿＿＿＿＿＿＿＿＿＿＿＿＿

20＿＿ • ＿＿＿＿＿＿＿＿＿＿＿＿＿＿＿＿＿＿＿＿

20＿＿ • ＿＿＿＿＿＿＿＿＿＿＿＿＿＿＿＿＿＿＿＿

20＿＿ • ＿＿＿＿＿＿＿＿＿＿＿＿＿＿＿＿＿＿＿＿

20＿＿ • ＿＿＿＿＿＿＿＿＿＿＿＿＿＿＿＿＿＿＿＿

MAY

18

如果一切能重來，你希望改變什麼事？

20____ • ______________________________

20____ • ______________________________

20____ • ______________________________

20____ • ______________________________

20____ • ______________________________

19

MAY

最近做過最有創意的事是？

20____ • ____________________

20____ • ____________________

20____ • ____________________

20____ • ____________________

20____ • ____________________

MAY

20

你爲愛做過最瘋狂的事是什麼？

20____ •

20____ •

20____ •

20____ •

20____ •

21

MAY

你的薪水多少？

20___ • ___

20___ • ___

20___ • ___

20___ • ___

20___ • ___

MAY 22

上一次和別人聊得很愉快是何時？

20____ •

20____ •

20____ •

20____ •

20____ •

23

MAY

最近留什麼樣的髮型？

20____ • ______________________________

20____ • ______________________________

20____ • ______________________________

20____ • ______________________________

20____ • ______________________________

MAY 24

今天的動力來源是什麼？

20____ ・

20____ ・

20____ ・

20____ ・

20____ ・

25

MAY

如果明天想去哪都可以，
你會去哪裡？

20____ • ______________________________

20____ • ______________________________

20____ • ______________________________

20____ • ______________________________

20____ • ______________________________

MAY

26

寫下今天教你煩心的事。

20____ • ____________________

20____ • ____________________

20____ • ____________________

20____ • ____________________

20____ • ____________________

27

MAY

目前什麼事能讓你得到慰藉？

20____ •

20____ •

20____ •

20____ •

20____ •

MAY

28

北部還是南部？或是「之間」？

20___ • __________

20___ • __________

20___ • __________

20___ • __________

20___ • __________

29

MAY

如果今天無事一身輕，你想做什麼？

20___ • ___

20___ • ___

20___ • ___

20___ • ___

20___ • ___

MAY

30

今日讀到最精彩的東西是什麼？

20____ • ____________________

20____ • ____________________

20____ • ____________________

20____ • ____________________

20____ • ____________________

31

MAY

現在錢包裡有多少錢？銀行裡有多少錢？

20____ •

20____ •

20____ •

20____ •

20____ •

JUNE

1

從一分到十分，你的健康程度得幾分？

20____ •

20____ •

20____ •

20____ •

20____ •

2

JUNE

該聽從直覺嗎？

20____ • ____________________

20____ • ____________________

20____ • ____________________

20____ • ____________________

20____ • ____________________

JUNE

3

現在最想念誰？

20___ ·

20___ ·

20___ ·

20___ ·

20___ ·

4 JUNE

今天身上穿了 ________ 。

20____ • ________________

20____ • ________________

20____ • ________________

20____ • ________________

20____ • ________________

JUNE

5

最近吃了什麼水果？

20____ •

20____ •

20____ •

20____ •

20____ •

6

JUNE

你最親近的家人是誰？

20____ • ____________________

20____ • ____________________

20____ • ____________________

20____ • ____________________

20____ • ____________________

JUNE 7

今天什麼事令人感恩？

20____ • ______________________________

20____ • ______________________________

20____ • ______________________________

20____ • ______________________________

20____ • ______________________________

8

JUNE

什麼事令人頹喪？

20___ • ____________________

20___ • ____________________

20___ • ____________________

20___ • ____________________

20___ • ____________________

JUNE 9

好朋友的定義是什麼？

20____ • ____________________

20____ • ____________________

20____ • ____________________

20____ • ____________________

20____ • ____________________

10

JUNE

今天喝了幾杯咖啡？

20____ • ____________________

20____ • ____________________

20____ • ____________________

20____ • ____________________

20____ • ____________________

JUNE

11

星期五晚上你最喜歡做什麼？

20____ • ____

20____ • ____

20____ • ____

20____ • ____

20____ • ____

12

JUNE

目前是否碰到了困擾？能解決嗎？

20___ •

20___ •

20___ •

20___ •

20___ •

JUNE

13

今天哪件事讓你擔心？

20____ • ______________________________

20____ • ______________________________

20____ • ______________________________

20____ • ______________________________

20____ • ______________________________

14

JUNE

今天有沒有運動？

20____ • ____________________

20____ • ____________________

20____ • ____________________

20____ • ____________________

20____ • ____________________

JUNE

15

你最喜歡什麼電子產品？

20___ • ______

20___ • ______

20___ • ______

20___ • ______

20___ • ______

16

JUNE

什麼事讓人憤世嫉俗？

20____ • ____________________

20____ • ____________________

20____ • ____________________

20____ • ____________________

20____ • ____________________

JUNE

17

今天最棒的時刻是 ＿＿＿＿＿＿。

爲什麼？

20＿＿ • ＿＿＿＿＿＿＿＿＿＿＿＿＿＿＿＿

20＿＿ • ＿＿＿＿＿＿＿＿＿＿＿＿＿＿＿＿

20＿＿ • ＿＿＿＿＿＿＿＿＿＿＿＿＿＿＿＿

20＿＿ • ＿＿＿＿＿＿＿＿＿＿＿＿＿＿＿＿

20＿＿ • ＿＿＿＿＿＿＿＿＿＿＿＿＿＿＿＿

18

JUNE

上一次有人煮飯給你吃是什麼時候？

20____ •

20____ •

20____ •

20____ •

20____ •

JUNE

19

上一次收到親友的信是什麼時候？

20____ •

20____ •

20____ •

20____ •

20____ •

20

JUNE

寫下人生自傳的第一句話。

20____ •

20____ •

20____ •

20____ •

20____ •

JUNE

21

你想與誰深交？

20____ · ______________________________

20____ · ______________________________

20____ · ______________________________

20____ · ______________________________

20____ · ______________________________

22

JUNE

上一次到電影院看了哪部電影？

20____ • ____________________

20____ • ____________________

20____ • ____________________

20____ • ____________________

20____ • ____________________

JUNE

23

上次哭是什麼時候？

20____ • ____

20____ • ____

20____ • ____

20____ • ____

20____ • ____

24

JUNE

最近與人有約是什麼時候？

20____ • ______________________________

____

____

____

20____ • ______________________________

____

____

____

20____ • ______________________________

____

____

____

20____ • ______________________________

____

____

____

20____ • ______________________________

____

____

____

JUNE

25

誰是你最親密的夥伴？

20____ • ____________________

20____ • ____________________

20____ • ____________________

20____ • ____________________

20____ • ____________________

26

JUNE

你最大的享受是什麼？

20____ • ____

20____ • ____

20____ • ____

20____ • ____

20____ • ____

JUNE 27

上次吃披薩是什麼時候？
吃了哪種口味？

20____ •

20____ •

20____ •

20____ •

20____ •

28

JUNE

如果你的情緒是天氣，
今天的天氣是 ＿＿＿＿＿＿。

20＿＿ • ＿＿＿＿＿＿＿＿＿＿＿＿＿＿＿＿＿＿＿＿

20＿＿ • ＿＿＿＿＿＿＿＿＿＿＿＿＿＿＿＿＿＿＿＿

20＿＿ • ＿＿＿＿＿＿＿＿＿＿＿＿＿＿＿＿＿＿＿＿

20＿＿ • ＿＿＿＿＿＿＿＿＿＿＿＿＿＿＿＿＿＿＿＿

20＿＿ • ＿＿＿＿＿＿＿＿＿＿＿＿＿＿＿＿＿＿＿＿

JUNE

29

你的「最近播放」清單上，
有哪幾首歌？

20____ •

20____ •

20____ •

20____ •

20____ •

30

JUNE

最近人生能擺脫什麼？

20____ •

20____ •

20____ •

20____ •

20____ •

JULY

1

你會選水？冰塊？還是蒸汽？

20____ • ____________________

20____ • ____________________

20____ • ____________________

20____ • ____________________

20____ • ____________________

2

JULY

今天取消了 ＿＿＿＿＿＿ 。

20＿＿ • ＿＿＿＿＿＿＿＿＿＿＿＿＿＿＿＿＿＿

20＿＿ • ＿＿＿＿＿＿＿＿＿＿＿＿＿＿＿＿＿＿

20＿＿ • ＿＿＿＿＿＿＿＿＿＿＿＿＿＿＿＿＿＿

20＿＿ • ＿＿＿＿＿＿＿＿＿＿＿＿＿＿＿＿＿＿

20＿＿ • ＿＿＿＿＿＿＿＿＿＿＿＿＿＿＿＿＿＿

JULY

3

上一次造訪海灘，去了哪裡？

20____ • ____________________

20____ • ____________________

20____ • ____________________

20____ • ____________________

20____ • ____________________

4

JULY

________很有趣。

20___ • ____________________

20___ • ____________________

20___ • ____________________

20___ • ____________________

20___ • ____________________

JULY

5

你的座右銘是什麼？

20____ • ____________________

20____ • ____________________

20____ • ____________________

20____ • ____________________

20____ • ____________________

6

JULY

誰是你最好的朋友？

20____ •

20____ •

20____ •

20____ •

20____ •

JULY

7

接下來想讀哪本書？

20____ •

20____ •

20____ •

20____ •

20____ •

8

JULY

人生怕失去什麼？

20____ • ______________________________

20____ • ______________________________

20____ • ______________________________

20____ • ______________________________

20____ • ______________________________

JULY

9

今天太開心了，因為 ______________。

20____ • ______________________________

20____ • ______________________________

20____ • ______________________________

20____ • ______________________________

20____ • ______________________________

10

JULY

上次和父母講話是什麼時候？

20____ • ____________________

20____ • ____________________

20____ • ____________________

20____ • ____________________

20____ • ____________________

JULY

11

如果你是書中人物，你會是誰？

20____ •

20____ •

20____ •

20____ •

20____ •

12

JULY

________很完美。

20___ • ____________________

20___ • ____________________

20___ • ____________________

20___ • ____________________

20___ • ____________________

JULY

13

什麼事令人感傷？

20____ • ______________________

20____ • ______________________

20____ • ______________________

20____ • ______________________

20____ • ______________________

14

JULY

你有祕密嗎？不只一個？

20___ •

20___ •

20___ •

20___ •

20___ •

JULY

15

你的致命弱點是什麼？
碰上什麼就不行了？

20____ • ____________________

20____ • ____________________

20____ • ____________________

20____ • ____________________

20____ • ____________________

16

JULY

現在腳上穿著襪子嗎？

20___ • ___

20___ • ___

20___ • ___

20___ • ___

20___ • ___

JULY

17

你如何能幫得上忙？

20____ • ____________________

20____ • ____________________

20____ • ____________________

20____ • ____________________

20____ • ____________________

18

JULY

怎樣算完美的一天？

20___ • ____________________

20___ • ____________________

20___ • ____________________

20___ • ____________________

20___ • ____________________

JULY

19

你需要丟掉什麼？

20____ • ____________________

20____ • ____________________

20____ • ____________________

20____ • ____________________

20____ • ____________________

20

JULY

今天是否有傷心事？

20___ • ___

20___ • ___

20___ • ___

20___ • ___

20___ • ___

JULY

21

最近誰讓你生氣？

20____ • ____________________

20____ • ____________________

20____ • ____________________

20____ • ____________________

20____ • ____________________

22

JULY

你都怎麼尋找靈感？

20____ •

20____ •

20____ •

20____ •

20____ •

JULY

23

最近烤了或煮了什麼？

20____ • ____________________

20____ • ____________________

20____ • ____________________

20____ • ____________________

20____ • ____________________

24

JULY

冰箱裡有什麼？

20___ •

20___ •

20___ •

20___ •

20___ •

JULY

25

如果能禮聘藝術家幫自己畫肖像
（在世與否都可以），要請誰？

20____ • ______________________________

20____ • ______________________________

20____ • ______________________________

20____ • ______________________________

20____ • ______________________________

26

JULY

最近是瘋狂工作，
還是閒雲野鶴？

20____ •

20____ •

20____ •

20____ •

20____ •

JULY

27

這一秒，你聞到什麼？

20____ •

20____ •

20____ •

20____ •

20____ •

28

JULY

用一句話，
形容今年到目前爲止過得如何。

20___ • ______________________________

20___ • ______________________________

20___ • ______________________________

20___ • ______________________________

20___ • ______________________________

JULY

29

上一次開車出遊去了哪裡？

20___ ·

20___ ·

20___ ·

20___ ·

20___ ·

30

JULY

今天很不尋常，
因爲 ________________ 。

20____ • ____

____

____

____

20____ • ____

____

____

____

20____ • ____

____

____

____

20____ • ____

____

____

____

20____ • ____

____

____

____

JULY

31

今天是壁花，還是花蝴蝶？

20____ • ______________________________

20____ • ______________________________

20____ • ______________________________

20____ • ______________________________

20____ • ______________________________

1

AUGUST

需要洗個冷水澡嗎？

20____ • ____

20____ • ____

20____ • ____

20____ • ____

20____ • ____

AUGUST

2

形容你所在的空間布置。

20____ • ____________________

20____ • ____________________

20____ • ____________________

20____ • ____________________

20____ • ____________________

3

AUGUST

你會爲了什麼事情說謊？

20___ • ______________________________

20___ • ______________________________

20___ • ______________________________

20___ • ______________________________

20___ • ______________________________

AUGUST

4

上一次搭飛機是什麼時候？

20____ • ____________________

20____ • ____________________

20____ • ____________________

20____ • ____________________

20____ • ____________________

5

AUGUST

今天搞砸了 ________________ 。

20____ • ____

20____ • ____

20____ • ____

20____ • ____

20____ • ____

AUGUST

6

你是誰？

20____ • ______________________________

20____ • ______________________________

20____ • ______________________________

20____ • ______________________________

20____ • ______________________________

7

AUGUST

上一次吃大餐，吃了什麼？

20____ • ______________________________

20____ • ______________________________

20____ • ______________________________

20____ • ______________________________

20____ • ______________________________

AUGUST

8

賺的錢夠用嗎？

20____ • ____

20____ • ____

20____ • ____

20____ • ____

20____ • ____

9

AUGUST

抄下一則最近寄出的簡訊。

20___ •

20___ •

20___ •

20___ •

20___ •

AUGUST

10

你此刻在逃避什麼？

20____ •

20____ •

20____ •

20____ •

20____ •

11

AUGUST

你的護照上有幾個章？

20____ • ____________________

____

____

____

20____ • ____________________

____

____

____

20____ • ____________________

____

____

____

20____ • ____________________

____

____

____

20____ • ____________________

____

____

____

AUGUST

12

明天下定決心要做什麼？

20____ • ______________________________________

____

____

____

20____ • ______________________________________

____

____

____

20____ • ______________________________________

____

____

____

20____ • ______________________________________

____

____

____

20____ • ______________________________________

____

____

____

13

AUGUST

星期六早上最好怎麼度過？

20____ •

20____ •

20____ •

20____ •

20____ •

AUGUST

14

今天要做的事都做完了嗎？

20____ •

20____ •

20____ •

20____ •

20____ •

15

AUGUST

今天你最滿意全身上下哪個地方？

20____ • ____________________

20____ • ____________________

20____ • ____________________

20____ • ____________________

20____ • ____________________

AUGUST

16

你喜歡回答什麼樣的問題？

20____ • ____________________

20____ • ____________________

20____ • ____________________

20____ • ____________________

20____ • ____________________

17

AUGUST

如果得坐牢五年，
你終於有機會做什麼？

20____ • ____________________

20____ • ____________________

20____ • ____________________

20____ • ____________________

20____ • ____________________

AUGUST

18

你最喜歡哪件衣服？

20____ •

20____ •

20____ •

20____ •

20____ •

19

AUGUST

今天，__________ 真的讓你很煩。

20___ •____

20___ •____

20___ •____

20___ •____

20___ •____

AUGUST

20

你是哪一隊的？

20____ • ____________________

20____ • ____________________

20____ • ____________________

20____ • ____________________

20____ • ____________________

21

AUGUST

簡單寫下今天發生的事，
不要超過一百四十字。

20____ • ____________________

20____ • ____________________

20____ • ____________________

20____ • ____________________

20____ • ____________________

AUGUST

22

什麼事就是忘不掉？

20____ •

20____ •

20____ •

20____ •

20____ •

23

AUGUST

是非題：
每個人心中都該有個備案嗎？

20___ • ______________________________

20___ • ______________________________

20___ • ______________________________

20___ • ______________________________

20___ • ______________________________

AUGUST

24

寫下個人創意祕方。

20____ • ____________________

20____ • ____________________

20____ • ____________________

20____ • ____________________

20____ • ____________________

25

AUGUST

你想告訴父親什麼事？

20____ • ____________________

20____ • ____________________

20____ • ____________________

20____ • ____________________

20____ • ____________________

AUGUST

26

目前人生最美好的事是什麼？

20____ • ____________________

20____ • ____________________

20____ • ____________________

20____ • ____________________

20____ • ____________________

27

AUGUST

上一次健身是什麼時候？

20____ • ______

20____ • ______

20____ • ______

20____ • ______

20____ • ______

AUGUST 28

你的勝利之舞有哪些動作？

20____ •

20____ •

20____ •

20____ •

20____ •

29

AUGUST

晚餐吃了什麼？

20____ • ____________________

20____ • ____________________

20____ • ____________________

20____ • ____________________

20____ • ____________________

AUGUST 30

生活中最簡單的樂趣是？

20____ • ____________________

20____ • ____________________

20____ • ____________________

20____ • ____________________

20____ • ____________________

31 AUGUST

最近參加了誰的婚禮？

20___ • ______________________________

20___ • ______________________________

20___ • ______________________________

20___ • ______________________________

20___ • ______________________________

SEPTEMBER

1

老師還是學生？

20____ • ____________________

20____ • ____________________

20____ • ____________________

20____ • ____________________

20____ • ____________________

2

SEPTEMBER

你的住處乾淨嗎？

20____ • ____________________

20____ • ____________________

20____ • ____________________

20____ • ____________________

20____ • ____________________

SEPTEMBER 3

你感受得到冥冥之中有股神奇的力量？

20____ • ______________________________

20____ • ______________________________

20____ • ______________________________

20____ • ______________________________

20____ • ______________________________

4

SEPTEMBER

對五年後的自己有什麼期望？

20____ • ____________________

20____ • ____________________

20____ • ____________________

20____ • ____________________

20____ • ____________________

SEPTEMBER

5

今天學到 ________________ 。

20____ • ____

20____ • ____

20____ • ____

20____ • ____

20____ • ____

6

SEPTEMBER

最近看了什麼網路影片？

20____ • ____________________

20____ • ____________________

20____ • ____________________

20____ • ____________________

20____ • ____________________

SEPTEMBER

7

今天身上穿戴的衣物／飾品中，
最新的是哪一件？

20____ •

20____ •

20____ •

20____ •

20____ •

8

SEPTEMBER

你嫉妒誰？

20____ ·

20____ ·

20____ ·

20____ ·

20____ ·

SEPTEMBER 9

恐懼令你聯想到什麼？

20____ • ________________________________

20____ • ________________________________

20____ • ________________________________

20____ • ________________________________

20____ • ________________________________

10

SEPTEMBER

這實在教人摸不著頭腦：

______________________。

20____ • ______________________

____

____

____

20____ • ______________________

____

____

____

20____ • ______________________

____

____

____

20____ • ______________________

____

____

____

20____ • ______________________

____

____

____

SEPTEMBER

11

你會給小學二年級生什麼建議？

20____ • ______________________________

____

____

____

20____ • ______________________________

____

____

____

20____ • ______________________________

____

____

____

20____ • ______________________________

____

____

____

20____ • ______________________________

____

____

____

12

SEPTEMBER

目前在追求什麼？

20____ • ______________________________

____

____

____

20____ • ______________________________

____

____

____

20____ • ______________________________

____

____

____

20____ • ______________________________

____

____

____

20____ • ______________________________

____

____

____

SEPTEMBER

13

寫下一個不嚴重、但一直存在的問題。

20____ • ____________________

20____ • ____________________

20____ • ____________________

20____ • ____________________

20____ • ____________________

14

SEPTEMBER

誰能幫你？

20___・

20___・

20___・

20___・

20___・

SEPTEMBER

15

你生命中最重要的人是誰？

20____ • ______________________________

20____ • ______________________________

20____ • ______________________________

20____ • ______________________________

20____ • ______________________________

16 SEPTEMBER

你想在學校學些什麼？

20___ • ______

20___ • ______

20___ • ______

20___ • ______

20___ • ______

SEPTEMBER

17

你最愛什麼點心？

20____ • ____________________

20____ • ____________________

20____ • ____________________

20____ • ____________________

20____ • ____________________

18

SEPTEMBER

今天下定決心要

________________。

20____ • ________________

20____ • ________________

20____ • ________________

20____ • ________________

20____ • ________________

SEPTEMBER

19

最近造訪了哪個沒去過的地方？

20____ •

20____ •

20____ •

20____ •

20____ •

20

SEPTEMBER

你最喜歡的電視節目是？

20___ • ______________________________

20___ • ______________________________

20___ • ______________________________

20___ • ______________________________

20___ • ______________________________

SEPTEMBER 21

你的人生道路正通往何方？

20___ •

20___ •

20___ •

20___ •

20___ •

22

SEPTEMBER

最近聽到什麼事讓你嚇一跳？

20____ •

20____ •

20____ •

20____ •

20____ •

SEPTEMBER

23

用一句話總結今日。

20____ • ____________________

20____ • ____________________

20____ • ____________________

20____ • ____________________

20____ • ____________________

24

SEPTEMBER

上次去跳舞是什麼時候？

20___ •

20___ •

20___ •

20___ •

20___ •

SEPTEMBER 25

你會事先計畫，還是一切憑直覺？

20____ • ____________________

20____ • ____________________

20____ • ____________________

20____ • ____________________

20____ • ____________________

26 SEPTEMBER

今天很妙，因爲 ＿＿＿＿＿＿。

20＿＿ • ＿＿＿＿＿＿＿＿＿＿

20＿＿ • ＿＿＿＿＿＿＿＿＿＿

20＿＿ • ＿＿＿＿＿＿＿＿＿＿

20＿＿ • ＿＿＿＿＿＿＿＿＿＿

20＿＿ • ＿＿＿＿＿＿＿＿＿＿

SEPTEMBER

27

你能坦然接受他人的拒絕嗎？

20____ • ____________________

20____ • ____________________

20____ • ____________________

20____ • ____________________

20____ • ____________________

28

SEPTEMBER

現在有多餓？

20____ • ____

20____ • ____

20____ • ____

20____ • ____

20____ • ____

SEPTEMBER

29

告知壞消息時，
應該委婉還是明講？

20____．

20____．

20____．

20____．

20____．

30

SEPTEMBER

人生要如何突破積習？

20___ · ______

20___ · ______

20___ · ______

20___ · ______

20___ · ______

OCTOBER

1

你對什麼事物特別有研究？

20____ • ____________________

20____ • ____________________

20____ • ____________________

20____ • ____________________

20____ • ____________________

2

OCTOBER

你渴望什麼？

20____ • ______________________________

20____ • ______________________________

20____ • ______________________________

20____ • ______________________________

20____ • ______________________________

OCTOBER

3

你最近看了哪部爛片？

20____ • ______________________________

20____ • ______________________________

20____ • ______________________________

20____ • ______________________________

20____ • ______________________________

4 OCTOBER

用三個詞形容自己的愛情生活。

20____ • ____________________

20____ • ____________________

20____ • ____________________

20____ • ____________________

20____ • ____________________

OCTOBER

5

什麼問題讓你坐立難安？

20___ • ______________________________

____

____

____

20___ • ______________________________

____

____

____

20___ • ______________________________

____

____

____

20___ • ______________________________

____

____

____

20___ • ______________________________

____

____

____

6 OCTOBER

最近交到新朋友嗎？

20___ • ___

20___ • ___

20___ • ___

20___ • ___

20___ • ___

OCTOBER

7

你滿意今天的抉擇嗎？

20____ •

20____ •

20____ •

20____ •

20____ •

8

OCTOBER

你最大的夢想是什麼？

20____ •

20____ •

20____ •

20____ •

20____ •

OCTOBER

9

你想要新的 ________。

20____ • ____

20____ • ____

20____ • ____

20____ • ____

20____ • ____

10

OCTOBER

最近跟誰聊得很愉快？
寫下對方的名字。

20____ • ______________________________

20____ • ______________________________

20____ • ______________________________

20____ • ______________________________

20____ • ______________________________

OCTOBER

11

什麼事令人感覺美好？

20____ •

20____ •

20____ •

20____ •

20____ •

12

OCTOBER

用一個字形容今天。

20____ • ________________________________

20____ • ________________________________

20____ • ________________________________

20____ • ________________________________

20____ • ________________________________

OCTOBER

13

你對 ______ 沒耐性。

20___ • ______________________________

20___ • ______________________________

20___ • ______________________________

20___ • ______________________________

20___ • ______________________________

14

OCTOBER

你的口頭禪是？

20____ ‧

20____ ‧

20____ ‧

20____ ‧

20____ ‧

OCTOBER 15

你花多少時間通勤？

20____ • ____________________

20____ • ____________________

20____ • ____________________

20____ • ____________________

20____ • ____________________

16

OCTOBER

你 ___ 點醒來。

20___ •

20___ •

20___ •

20___ •

20___ •

OCTOBER

17

你最有價值的東西是什麼？

20____ • ________________

20____ • ________________

20____ • ________________

20____ • ________________

20____ • ________________

18

OCTOBER

你最想和哪位在世的名人喝一杯？

20____ • ______________________________

20____ • ______________________________

20____ • ______________________________

20____ • ______________________________

20____ • ______________________________

OCTOBER

19

最近刷信用卡買了什麼？

20____ •

20____ •

20____ •

20____ •

20____ •

20

OCTOBER

你仰賴誰？

20____ ∙ ____

20____ ∙ ____

20____ ∙ ____

20____ ∙ ____

20____ ∙ ____

OCTOBER

21

最近學到什麼新詞彙？

20____ •

20____ •

20____ •

20____ •

20____ •

22

OCTOBER

寫一首俳句吟詠今日
（五字／七字／五字）。

20____ • ____________________

20____ • ____________________

20____ • ____________________

20____ • ____________________

20____ • ____________________

OCTOBER 23

最近漏接了誰的電話？

20____ • ____________________

20____ • ____________________

20____ • ____________________

20____ • ____________________

20____ • ____________________

24

OCTOBER

用字數相同、押韻的對句，
形容最近過得如何。

20____ • ____

20____ • ____

20____ • ____

20____ • ____

20____ • ____

OCTOBER

25

今天說的哪句話最誠實？

20___ •

20___ •

20___ •

20___ •

20___ •

26

OCTOBER

你覺得自己的身材如何？

20____ •

20____ •

20____ •

20____ •

20____ •

OCTOBER

27

最近做了什麼傻事？

20____ •

20____ •

20____ •

20____ •

20____ •

28

OCTOBER

＿＿＿＿＿＿真是莫名其妙。

20＿＿ •＿＿＿＿＿＿＿＿

20＿＿ •＿＿＿＿＿＿＿＿

20＿＿ •＿＿＿＿＿＿＿＿

20＿＿ •＿＿＿＿＿＿＿＿

20＿＿ •＿＿＿＿＿＿＿＿

OCTOBER

29

露營還是住飯店？

20____ • ____________________

20____ • ____________________

20____ • ____________________

20____ • ____________________

20____ • ____________________

30 OCTOBER

你清楚知道自己的底限嗎？

20____ •

20____ •

20____ •

20____ •

20____ •

OCTOBER 31

你的萬聖節計畫是？
打算如何扮裝？

20____ • ____________________

20____ • ____________________

20____ • ____________________

20____ • ____________________

20____ • ____________________

1

NOVEMBER

今天不能做什麼？

20___ ·

20___ ·

20___ ·

20___ ·

20___ ·

NOVEMBER

2

目前最大的支出是？

20___ • ______

20___ • ______

20___ • ______

20___ • ______

20___ • ______

3

NOVEMBER

上一次抱嬰兒是什麼時候？

20____ • ____________________

20____ • ____________________

20____ • ____________________

20____ • ____________________

20____ • ____________________

NOVEMBER

4

今天做了 ______________ 。

20___ • ________________________________

20___ • ________________________________

20___ • ________________________________

20___ • ________________________________

20___ • ________________________________

5

NOVEMBER

什麼事維持現狀就好？

20____ • ______________________________

20____ • ______________________________

20____ • ______________________________

20____ • ______________________________

20____ • ______________________________

NOVEMBER

6

昨晚幾點上床睡覺？

20____ • ____________________

20____ • ____________________

20____ • ____________________

20____ • ____________________

20____ • ____________________

7

NOVEMBER

你崇拜誰？

20___ • ______

20___ • ______

20___ • ______

20___ • ______

20___ • ______

NOVEMBER

8

你懶得聊什麼？

20___ •

20___ •

20___ •

20___ •

20___ •

9

NOVEMBER

今天準時下班了嗎？

20___ ・

20___ ・

20___ ・

20___ ・

20___ ・

NOVEMBER

10

什麼事令人興趣盎然？

20____ • ____________________

20____ • ____________________

20____ • ____________________

20____ • ____________________

20____ • ____________________

11

NOVEMBER

什麼事讓你避之唯恐不及？

20____ • ____

20____ • ____

20____ • ____

20____ • ____

20____ • ____

NOVEMBER 12

你生命中是否少了什麼？

20____ • ____________________

20____ • ____________________

20____ • ____________________

20____ • ____________________

20____ • ____________________

13

NOVEMBER

哪首歌簡直就是在講你？

20___ • ________________________________

____

____

____

20___ • ________________________________

____

____

____

20___ • ________________________________

____

____

____

20___ • ________________________________

____

____

____

20___ • ________________________________

____

____

____

NOVEMBER 14

什麼事不吐不快？

20____ • ________________

20____ • ________________

20____ • ________________

20____ • ________________

20____ • ________________

15

NOVEMBER

醒來讓人感到 ______________ 。

20____ • ____________________

20____ • ____________________

20____ • ____________________

20____ • ____________________

20____ • ____________________

NOVEMBER 16

現在你沉迷於何事？

20____ •

20____ •

20____ •

20____ •

20____ •

17

NOVEMBER

最近和哪（幾）個朋友談心？

20____ •

20____ •

20____ •

20____ •

20____ •

NOVEMBER 18

目前最夢幻的工作是什麼？

20____ • ____________________

20____ • ____________________

20____ • ____________________

20____ • ____________________

20____ • ____________________

19

NOVEMBER

上次造訪社群網站是什麼時候？

20___ •

20___ •

20___ •

20___ •

20___ •

NOVEMBER

20

什麼事不做不行？

20____ • ____________________

20____ • ____________________

20____ • ____________________

20____ • ____________________

20____ • ____________________

21

NOVEMBER

你最喜歡哪雙鞋？

20____ •

20____ •

20____ •

20____ •

20____ •

NOVEMBER 22

最近在努力做什麼？

20____ •

20____ •

20____ •

20____ •

20____ •

23

NOVEMBER

早午餐吃什麼最開心？

20____ • ____________________

20____ • ____________________

20____ • ____________________

20____ • ____________________

20____ • ____________________

NOVEMBER

24

最近刪除了哪個聯絡人？

20____ • ____________________

20____ • ____________________

20____ • ____________________

20____ • ____________________

20____ • ____________________

25

NOVEMBER

今天喝了多少水？

20____ • ____

20____ • ____

20____ • ____

20____ • ____

20____ • ____

NOVEMBER

26

你的家庭可以用哪三個詞來形容？

20____ • ____________________

20____ • ____________________

20____ • ____________________

20____ • ____________________

20____ • ____________________

27

NOVEMBER

誰可以帶給你靈感？

20___ •

20___ •

20___ •

20___ •

20___ •

NOVEMBER

28

上一次冒險是爲了什麼？

20____ • ______________________________

20____ • ______________________________

20____ • ______________________________

20____ • ______________________________

20____ • ______________________________

29

NOVEMBER

哪五個詞可以形容現在的心情？

20____ •

20____ •

20____ •

20____ •

20____ •

NOVEMBER 30

今天差一點就 ________ 。

20___ • ________

20___ • ________

20___ • ________

20___ • ________

20___ • ________

1

DECEMBER

你希望自己的墓誌銘寫著什麼？

20____ •

20____ •

20____ •

20____ •

20____ •

DECEMBER 2

今天的生活有哪些細節值得記住？

20___ •

20___ •

20___ •

20___ •

20___ •

3

DECEMBER

從一分到十分，你有多快樂？

20____ •

20____ •

20____ •

20____ •

20____ •

DECEMBER

4

想知道後來的結局嗎？

20____ •

20____ •

20____ •

20____ •

20____ •

5

DECEMBER

你想念誰？

20___ • ____________________

20___ • ____________________

20___ • ____________________

20___ • ____________________

20___ • ____________________

DECEMBER

6

今天你多了 ____________。

20____ • ________________________________

20____ • ________________________________

20____ • ________________________________

20____ • ________________________________

20____ • ________________________________

7

DECEMBER

明年你會在哪裡？／你明年的計畫是？

20____ • ______________________________

20____ • ______________________________

20____ • ______________________________

20____ • ______________________________

20____ • ______________________________

DECEMBER

8

今天感覺多有衝勁？

20____ •

20____ •

20____ •

20____ •

20____ •

9 DECEMBER

近期有什麼大方之舉？

20____ • ____________________

20____ • ____________________

20____ • ____________________

20____ • ____________________

20____ • ____________________

DECEMBER 10

今天被什麼事嚇一跳？

20____ ・____

____

____

____

20____ ・____

____

____

____

20____ ・____

____

____

____

20____ ・____

____

____

____

20____ ・____

____

____

____

11

DECEMBER

什麼事令人欣喜？

20___ • ______________________________

20___ • ______________________________

20___ • ______________________________

20___ • ______________________________

20___ • ______________________________

DECEMBER

12

你的願望清單上寫著什麼？

20____ •

20____ •

20____ •

20____ •

20____ •

13

DECEMBER

你人生最大的憾事是？

20____ •

20____ •

20____ •

20____ •

20____ •

DECEMBER

14

你有哪些地方令人印象深刻？

20____ • ____________________

20____ • ____________________

20____ • ____________________

20____ • ____________________

20____ • ____________________

15

DECEMBER

中庸？還是做到極致？

20___ • ____________________

20___ • ____________________

20___ • ____________________

20___ • ____________________

20___ • ____________________

DECEMBER 16

你抗拒不了什麼？

20___ ·

20___ ·

20___ ·

20___ ·

20___ ·

17

DECEMBER

如果不得不移居，你想搬到哪個城市？

20____ •

20____ •

20____ •

20____ •

20____ •

DECEMBER 18

你喜歡聊些什麼？

20____ • ______________________________

20____ • ______________________________

20____ • ______________________________

20____ • ______________________________

20____ • ______________________________

19

DECEMBER

如果今天有一件事可以重來，
你想改變什麼？

20____ • ____________________

20____ • ____________________

20____ • ____________________

20____ • ____________________

20____ • ____________________

DECEMBER 20

你心目中的夢幻假期
是什麼樣子？

20____ • ____________________

____

____

____

20____ • ____________________

____

____

____

20____ • ____________________

____

____

____

20____ • ____________________

____

____

____

20____ • ____________________

____

____

____

21

DECEMBER

如果能成爲某領域的頂尖高手，
你想做什麼？

20____ • ______________________________

20____ • ______________________________

20____ • ______________________________

20____ • ______________________________

20____ • ______________________________

DECEMBER 22

最近認識了新朋友嗎？
有的話，是哪位？

20____ • ____________________

20____ • ____________________

20____ • ____________________

20____ • ____________________

20____ • ____________________

23 DECEMBER

你最喜歡哪種早餐穀片？

20____ • ____________________

20____ • ____________________

20____ • ____________________

20____ • ____________________

20____ • ____________________

DECEMBER

24

寫下近期的人生變化。

20____ • ________________________________

____

____

____

20____ • ________________________________

____

____

____

20____ • ________________________________

____

____

____

20____ • ________________________________

____

____

____

20____ • ________________________________

____

____

____

25

DECEMBER

用五個字詞形容今天。

20____ •

20____ •

20____ •

20____ •

20____ •

DECEMBER 26

從一分到十分，
今天有多隨性所至？

20___ • ______________________

____

____

____

20___ • ______________________

____

____

____

20___ • ______________________

____

____

____

20___ • ______________________

____

____

____

20___ • ______________________

____

____

____

27 DECEMBER

上一次心中感到平靜是什麼時候？

20____ • ____________________

20____ • ____________________

20____ • ____________________

20____ • ____________________

20____ • ____________________

DECEMBER

28

今天要賴在家，還是出去玩？

20____ • ______________________________

20____ • ______________________________

20____ • ______________________________

20____ • ______________________________

20____ • ______________________________

29

DECEMBER

人生三大願望是？

20____ •

20____ •

20____ •

20____ •

20____ •

DECEMBER 30

列出過去一週吃的食物。

20____ • ________________________________

20____ • ________________________________

20____ • ________________________________

20____ • ________________________________

20____ • ________________________________

31

DECEMBER

今年最寶貴的回憶是什麼？

20__ •

20__ •

20__ •

20__ •

20__ •